அ(ழகிய)சுந்தரா

Published By

Azhagiya Sunthara

Written by Anbin Saghi

Copyright ©

Anbin Saghi - POETRY WORLD ORG 2021

ISBN (Paperback) – 9789390724468

First Edition : 2021

Book Design by POETRY WORLD

அ(ழகிய)சுந்தரா

அன்பின் சகி

(சு.வசுந்தரா தேவி)

நன்றி

உறுதுணையாக இருந்த என் பெற்றோருக்கு

(மஞ்சுளா - சுகுமாரன்)

காதலை தந்தவனுக்கு (பரிசு)

என்னை ஊக்கவித்த

(உறவினர்கள் & நண்பர்கள்)

புத்தக பதிப்புக்கு உதவிய

(POETRY WORLD ORG.)

"பெண்மையின் காதலை

இப்படியும் சொல்லலாம்..."

உள்ளடக்கம்

பிரியம் 15

என்னவனுக்காக 16

முதல் பார்வை 17

முகநூல் சந்திப்பு 17

பிராத்தனை 18

மௌனம் கலந்த விருப்பம் 18

முதல் பரிசு (காதணி) 19

தேன் மிட்டாய் 19

வின் 20

நேசம் 20

எண்ணிக்கை விளையாட்டு 21

கல்லூரி பேருந்து நிலையம் 21

முயற்சி 22

Sweetpie 22

தனி தீவு 23

எதற்காக 24

பலூன் 26

பரிசு 26

LEAP DAY 27

இடைவெளி 27

பேராசை 28

தூதுவன் 29

ஆப்பிள் துண்டு... 31

வியப்பு.. 31

பிரிவின் மொழி... 32

அரசன் *(my king)* 34

புன்னகை... 34

கனவு 35

அலைபேசி அழைப்பு..................................... 37

பாவம் 37

விளையாட்டு.. 38

பாடம் 38

கண்ணழகன் *(eye killer)*............................... 39

என்னவன் *(my everything)* 39

நுதல் முத்தம்... 40

மொழி 41

நீ போதும் எனக்கு... 42

சுகம் 44

உலகம் *(my world)* 44

தோல்வி 45

நினைவின் வாசம் 45

வசிகாரன் 46

பேனா மை.. 47

அணைப்பின் வெப்பம்..48

என் கண்ணன்..48

பைத்தியம் 49

உனக்கு நான், எனக்கு நீ...50

ஆளை கொல்லும் பார்வை..52

பாதுகாவலன் *(my army officer)*...............................52

நேரம்..53

கலை 54

என் கிறுக்கல்..54

காமம் இல்லாத காதல்...55

வெட்கம் 56

என் மாமானே *(MAMA)*...56

இரவு...57

காத்திருக்கிறேன்..58

மாயவன் 59

ஆசை 60

குட்டிமா *(kuttyma)* 60

உரையாடல்...61

போதை 61

கேள்வி 62

முத்த தண்டனை 63

விழி நடனம் 63

மௌனம் 64

காதலனின் காதல் 65

அறுசுவை 66

கிறுக்கன் *(my kirukka)* 66

வலி 67

தாரா 68

வேண்டும் 70

மௌன முத்தம் 71

என் மூச்சுகாற்றே *(my breath)* 71

நினைவு 72

துயில் 72

மூலிகை முத்தம் 73

வித்தை 73

பானம் 74

Teddy bear 75

ரெட்டிப்பு 76

போதாது 76

மொழி 77

நீண்ட நாள் ஆசை 78

காதல் கைதியின் ஆசை 79

மருத்துவன் *(my doctor)* 81

பொய் கோவம் 81

முரண்பாடு 82

தொலைந்து போக விருப்பம் 83

உஷ்ணம் 84

யுத்தம் 85

எப்படி வீழ்ந்தேன் 86

299 87

இதழ் முத்தம் 88

அரங்கேற்றம் 89

பகல் கனவு 91

பகிர்வு 92

அணைப்பு 92

கவி மாலை 93

சக்காளத்தி 93

கண்ணீர் 94

விதி 94

அழகன் 95

கட்டில் கவி 96

பட்டியல் 96

காதலின் வெளிபாடு 97

சொல்லாமல் 99

யோசனை 99

துழப்பு 100

நேரம்.. 100

தத்தளிக்கிறேன்.. 101

என் சுவாசக்காற்றே 101

விழயல் 102

தோன்றவில்லை 102

எந்தன் உறவே 103

கட்டி தழுவியவன்..... 104

காதலி 104

அழகு 105

தொடர் புள்ளி 105

மொழிபெயர்ப்... 106

தூரம் 106

அன்பின் உச்சம்.. 107

காத்திருப்பு 107

உன்னிடம்.. 108

தாய்மை... 108

தொலைந்து போகிறேன்.................................... 109

சுவை 109

பொம்மகுட்டி *(Bommakkutty)* 110

வசிக்கிறாய் 111

உனது காதலை 111

பிரியம்

காதல் என்பது உணர்வுபூர்வமானது,

அதை உணர்த்தியதும்

உனது பிரியம்!

காதல் என்பது உணர்வுபூர்வமானது,

என்னவனுக்காக

நான் தேடுகிறேன் எனக்கான அவனை

மனம் திறந்து பேச....

மடிமீது உறங்க....

கதைகள் பல சொல்ல...

கை பிடித்து நடக்க....

உன்னோடு சேர்ந்து மழையில் நனைய....

உன் கால் விரல் பிடித்து விட....

ஒரு தாயை போல் நான் உன்னை சுமக்க....

ஒரு தந்தை போல் உன்னை காக்க....

ஒரு குழந்தையாய் உன்னை நான் கொஞ்ச...

உறங்கும் போது

முகம் பார்த்து ரசிக்க...

ஆசை பல அதில் சில வரிகள்

உனக்காக இங்கே!

முதல் பார்வை

வாழ்க்கையில் மெய் சிலிர்க்கும்
தருணங்கள் மட்டும் ஏனோ
மீண்டும் வருவதில்லை,
வந்தாலும் முதல் தருணத்தின்
உணர்ச்சியை தருவதில்லை....
உன்னை சந்தித்த தருணத்தை
மீண்டும் எதிர்பார்க்கிறேன்!

முகநூல் சந்திப்பு

வருங்கால வாழ்வின்
வருகை முகநூல்
பதிவின் மூலமே
சாத்தியமானது!

பிராத்தனை

நேற்றை விட இன்று

நீ என் மீது அதிகமாய்

அன்பு செலுத்த வேண்டும்

என்பதே எனது தினசரி பிராத்தனை!

மௌனம் கலந்த விருப்பம்

பல விருப்பங்கள் சொல்ல முடியாத

மௌனங்களாக வலம்

வருகிறது உன்னிடம்!

முதல் பரிசு (காதணி)

நமக்கு பிடித்ததை தேடி பரிசளிக்கும்

போதே காதல் மலர்ந்துவிடும்,

அதுவும் முதல் பரிசு என்கிற போது

நிஜமாகிவிடும் நம்மீது அவர் கொண்ட காதல்!

தேன் மிட்டாய்

சுவை அறிய கொடுத்தாயோ?

உன் காதலின் இன்பத்தில் திளைக்க கொடுத்தாயோ?

ஒருவேளை,

காதலின் தொடக்கத்தினை கொண்டாட

கொடுத்தாயோ?

வின்

என் வாழ்வின் ஒரே குறிக்கோள்

உன்னை வெற்றிட

வேண்டும்!

நேசம்

அள்ளிக் கொடுக்க

அன்பிருந்தாலும்,

தள்ளி நின்றே

நேசிந்தேன் என் காதலில்!

எண்ணிக்கை விளையாட்டு

பேசும் போது நீ கூறட்டும்

"ஐ லவ் யூ" எண்ணிக்கையை

கணக்கிட ஆரம்பித்து விட்டேன்

உன்னிடம் என் காதலை கூறும் முன்பே!

கல்லூரி பேருந்து நிலையம்

நேர்க்கு நேர் அதிகமாக பேசிய

நிமிடங்களை விட,

பார்வையால் பேசிய தருணங்களின்

பிறப்பிடம் இது!

முயற்சி

மூன்று முறை முற்றுப்புள்ளியே

வைத்தால் கூட

தொடர்ச்சி ஆகிவிடும்

அப்படி தான்,

என்னிடம் பேசி பேசி

தொடர்ச்சி ஆகிவிட்டான் என் வாழ்க்கையோடு!

Sweetpie

உன் உள்ளமும் சரி

உன் உதடும் சரி

நான் விரும்பி சுவைத்திடும்

பால்கோவா தான்!

தனி தீவு

எட்டு திசைகளிலும் சோதனைகள்

சூழ்ந்த தீவில் நான் இருக்க,

உன் பாசம் கொண்டு

என் ஏக்கம் களைய

என் வாழ்வில் வந்தாய்,

நீ அக்கறை காட்டாத ஒரு நாள்

என் வாழ்வில் இல்லை,

என்ன தவம் செய்தேன்

உன்னை நான் பெற,

வேண்டும் உன் அன்பு

என்றும் இந்த தனி தீவிற்கு!

எதற்காக

ஏன் சந்தித்தோம்

எதற்காய் பேசினோம்

எதற்கென்று உறவாடினோம்

எப்படி இதுவெல்லாம் நடந்தது

தானாக நடந்ததா? இல்லை நானாக ஏற்படுத்தியதா?

சரியாக நினைவில்லை

ஏதோவொன்று நடந்துவிட்டதோ?

இது முடிவோ? இல்லை தற்காலிகமோ?

கேள்விகளை மட்டும் என்னோடு கேட்க முடிகிறது

விடைகளை யார் சொல்வார்?

விதி சொல்லுமோ?

விளங்கியும் விளங்காமல் விளம்பல்களுடன் விசும்புகிறேன்...

இனியென்ன செய்வது

பிரிவின் பிடியில் சிக்கி

அதன் முரட்டுக் கைகளுக்குள்

முடங்கி பரிதவித்து நிற்கிறேன்

எது என்னை ஈர்த்தது

எப்படி நான் உன்வசமானேன்

பருவ மயக்கமோ

உன் அழகில் கிறக்கமோ

உன்னை சரியாக தெரியாமல்

என் அறியாமை அகப்பட்டுக் கொண்டதா

நீ வசியக்காரியான அதனால் என் இதயம் மசிந்ததோ

அதானால் காதல் கசிந்ததோ

உன் வனப்பு என்னை வளைத்ததோ

இல்லை உன் நினைப்பு என்னை சிதைத்ததோ

எதுவாக இருக்கும்

எதுவாக இருந்தாலும் வதைக்கப்படுவது நானே.........

நீ வசியக்காரியான அதனால் என் இதயம் மசிந்ததோ

பலூன்

நீ பரிசளித்த பலூனில்

என் மொத்த காதலையும்

சேமித்து வைக்கிறேன்

உன் மீது மழையாக பொழிய!....

பரிசு

காதலில் மீண்டும் மீண்டும்

மெய் சிலிர்க்க வைப்பது

என்னமோ இந்த சின்ன சின்ன

புரிதல் நிறைந்த பரிசுகள் தான்!....

LEAP DAY

நீயும் நானும் பார்க்கையில் வார்த்தைகள் குறைகிறது...

விழிகள் நான்கும் வேர்க்கையில் புது மொழி பிறக்குதே,

விரல் இங்கே பேசயில் இதயம் தாளம் போடுதே,

உதடுகள் பேசயில் நம் உலகம் உறையுதே,

உன் முன் மௌனம் ஆகும் உதடுகளை விட்டு

என் கண்களின் உணர்த்துகிறேன்...

புரிகிறதா?

என் கண்ணின் காதல் மொழி உனக்கு!

இடைவெளி

அன்பை புரிந்துகொள்ளும்

அழகான சந்தர்ப்பம் தான்

"பிரிவு"

பேராசை

உனக்காக நானும்

எனக்காக நீயும்

வாழவேண்டும்

இப்படி சொல்ல

ஆசை இல்லை எனக்கு

நாம் நமக்காகவே

ஒரு வாழ்க்கை மட்டும்

வாழ்ந்தால் போதும்,

உன்னோடு சேரவேண்டும்

உனக்காக வாழவேண்டும்

எத்திட்டும் நம் காதல் போல்

எவரும் நேசிக்க கூடாது

என போராசை தான் எனக்கு!....

தூதுவன்

என்னவனின்

துயர் துடைத்திட

வழியில்லை!....

மலர்ந்த உதடுகள்

வாடுகையில்

மடியில் தாங்கிட

அருகில் இல்லை!....

வார்த்தைகள் தடுமாறு

போது நெஞ்சில்

அணைத்திட முடியவில்லை !.....

நலம் என அவன்

உதடுகள் மட்டுமே

உச்சரிக்கிறது உள்ளம்

அழுவதை உணர்கிறேன் நான்!.....

வலிகளை உள்ளுக்குள்

பூட்டி அழுகிறான்!.....

ஆறுதலாக அருகில்

இருக்க துடிக்கிறேன்.....

ஏனோ,

மனமும் தடுமாறுகிறது

கண்ணும் கலங்குகிறது

காலத்தின் விதியால்

பிரிவால் வாடுகிறது உள்ளமும்!....

தென்றலே என் தீண்டலாய் என்னவனை தேற்றிட தூதாய்

அவனை தேடிச்செல்!

ஆப்பிள் துண்டு

எத்தனை முறை சுவைத்தாலும்

சுவைக்க சுவைக்க

முதல் சுவைத்ததை விட

அதீத இன்பம் தான்

இந்த சுவையில்!

வியப்பு

மொழிபெயர்ப்பு

தேவைப்படாத மொழியான

நீயிட்ட பாத முத்ததில்

உன் அன்பின் வெளிபாடை உணர்த்தேன்!

பிரிவின் மொழி

உன்னோடு மட்டும் பேசுவதற்கு

ஓராயிரம் வார்த்தைகளை

என்னிடத்தில் தேக்கியிருக்கிறது!..

நாம் சந்திக்காத இடைவெளியில்

என் தவிப்பை உன்னிடத்தில் உணர்வு

மாறாமல் பகிர வேண்டும்!...

உன் மீது நான் வைத்த அன்பை

ஒரு துளியும் விடாமல்

உன்னிடத்தில் காட்ட வேண்டும்!

நாமிருவரும் பழகிய நாட்கள்

எதிர்பாரத நம் சந்தோஷம்

நம் உறவின் நினைவை ஒன்றாயி

அலசிட வேண்டும்!....

நீ அருகில் இல்லாத பொழுதுகளில்

எந்தன் ஏக்கத்தை சொல்லி

உன் தோளில் சாய்ந்திட வேண்டும்!...

புதிதாய் தோன்றிய எண்ணங்கள் உடன்,

நம் புதிய வாழ்க்கையில் உன்னோடு

வாழ வேண்டும்!...

நம் இருவரின் அன்புக்கு வலு சேர்த்த

ஆனந்தமான மலரும் நினைவுகளை

ஒவ்வொன்றையும் உன்னோடு

சோர்ந்து ரசித்திட வேண்டும்!

உனக்காக மட்டும் தான்

காத்திருக்கிறேன்......

புரிந்துக்கொள்!......

அரசன் *(my king)*

போர் தொடுத்து என்னை

வென்று விடவில்லை,

இருந்தும் என் மனம் கவர்ந்த

அரசனாக என் உலகில் வலம் வருகிறாய் நீ!....

புன்னகை

சொற்கற்ற கவிதை புன்னகையில்

என்னை வீழ்த்திய கர்வம்

சற்று அதிகம் தான் உனக்கு!

கனவு

கடற்கரை மண்ணில்

கைகோர்த்து தனிமையில்

உன்னோடு நடக்க ஆசை!!

காதல் படங்களை உன்

தோளில் சாய்ந்து காண ஆசை!!

நாள்முழுதும் உன்னை

காதல் செய்து கொண்டு

இருக்க ஆசை!!

மாதமொரு முறை

செல்ல சண்டையிட ஆசை!!

மழை சாரல் துளியில்

உன்னுடன் நனைய ஆசை!!

நீபேசும் அழகை கண்டு

காது கடிக்க ஆசை!!

நீகூறும் பொய்யை இரசித்து

காலம் முழுதும் உன்னுடன் வாழ ஆசை!!

பௌர்ணமி நிலவில் உன்முகம்

பார்த்து ரசிக்க ஆசை!!

உன் புன்சிரிப்பில் மயங்கிட ஆசை!!

நம் காதலுக்கு மணமேடையில்

மஹர் கொடுத்து உன்

மனைவியாக ஆக ஆசை!!

என் மடியில் நீ உறங்கிட

நான் தலைகோத ஆசை!!

வாழ்க்கை முடியும் முன்

உன் முகம் பார்த்து

என் உயிர்போக ஆசை!!!

அலைப்பேசி அழைப்பு

பார்க்க முடியாத ஏகக்த்தை

களைய தவறாமல் வந்து விடுகிறது

அன்பனவர்களின்

அலைப்பேசி அழைப்பு!

பாவம்

நம் வாழ்க்கை விடியலில் தொடங்கி

இரவில் முடிகிறது கொஞ்சலாக,

இந்த கைப்பேசி தான் பாவம்

நம் தீராத அன்பில் மாட்டி தவிக்கிறது!...

விளையாட்டு

உன் கருப்பு நந்தவனத்தில் தேகத்தில்

என் பிஞ்சு விரல் ஓடி பிடித்து

விளையாடும் வேளையில்

என் அணுக்களின் ஆரவத்தில்

தேகங்கள் முழுவதும் காம மழையில் நனைய

உன்னில் திழைக்கிறேன்

மீளவே முடியாத உன் மீது கொண்ட காதல் போதையால்...

பாடம்

சரியா தவறோ சுகம் வலியோ

நீயே சொல்லி புரிய வை

வேறு யார் சொன்னாலும்

ஏற்றுக்கொள்ள மறுக்கிறது இதயம்!...

கண்ணழகன் (*eye killer*)

உன் பார்வையால் எத்தனை

உயிர்சேதம் என்னுள்

அணு அணுவாய்

சிதைந்து போகிறேன் அந்த விழியால்!

என்னவன் (*my everything*)

நான் இழந்த சந்தோஷத்தை

மொத்தமாக திரும்ப பெறவே

உன்னை அனுப்பி இருக்கிறார் கடவுள்.

நுதல் முத்தம்

காதலின் கொஞ்சலில் அணைத்து

உன் நெஞ்சுகுழியில் என் முகம் பதித்து

உன் இதழால் இரவெல்லாம் அங்கத்தில்

காமத்தால் கவிதையே செதுக்க,

தேகத்தின் வியர்வையால்

கூந்தலில் வாசத்தில் நீ மயங்கிடக்க,

திகட்டாத நுதல் முத்ததின்

போதையில் திழைக்க,

முத்தம் குவிக்கும் குளியலில் குளிக்க

நீயுமும் நானும் ஒன்றாகி

காதலில் திழைக்க

காத்திருக்கிறேன்!.....

மொழி

அன்பிற்கு திசைகள் இல்லை....

மொழிகள் இல்லை...

இதழின் மௌனம் உணர்த்தும்

அதுவே நம் அன்பின் மொழி...

அ(ழகிய)சுந்தரா

நீ போதும் எனக்கு

ஆண் அழகனே வந்தாலும்

நீ மட்டுமே எனக்கு...

அழகு தேவை இல்லை

அன்பாய் இருந்தால் போதும்...!

நீ சிரிக்க குழந்தையாய் மாறுவேன்...!

நீ அழுதால் தாயாக மாறுவேன்...!

சின்ன பரிசுகளில் உன்னை

சிலிர்க்க வைப்பேன்...!

கவலைகளின் போது கட்டி அணைத்திடுவேன்...

என் மனதில் எப்பொழுதும் பொய்மை இருக்காது... !

நீ விலகும் பொழுது கண்கள் குளமாகும்... !

விரும்பி வரும் பொழுது தேகம் புதிதாகும்..!

உந்தன் வருகைக்கு காத்திருக்கும்

பொழுது கால்கள் வலிக்காது...!

நீ நேரம் தாழ்த்தி வந்தால்

கோபம் இருக்காது...!

உனக்கு ஒன்றென்றால் உயிர்கள் தங்காது...!

காதலிக்கும் வரை காதலன்...!

காதல் கல்யாணம் ஆகும்

பொழுது இன்னொரு அப்பா எனக்கு நீ...!

வயதுகள் தளரும் பொழுது நம் காதல்

தளர்வதில்லை...!

நீ போதும்...!

நீ மட்டும் போதும்...!

சுகம்

பிரிவின் பிடியில் சிக்கி தவிக்கும்

வேளையில் மனம் தங்குவது

என்னவோ அன்பானவர்களின் நெஞ்சில்

தலைசாய்த்து நுதல் முத்தமிட்டு

இமைவழியே காதலை காணும்

அந்த நொடிக்காக தான்,

அந்த சுகத்திற்காக இன்னும் கூட

பிரிந்து இருக்க தோணும்

அத்தகையது தான் காதல்!

உலகம் *(my world)*

என் முடிவற்ற வாழ்க்கையில்

முடிவிலா சந்தோஷத்தை

கொடுக்க வந்த அழகன் இவன்!

தோல்வி

நின் புன்னகையை மறைக்கும்,

கருப்பு தங்கமாய் பளபளக்கும் தாடியின்

பொல்லாத பேரழகுக்கு

கவி தீட்டவே யுகங்கள் முயன்று

தோற்று நிற்கிறேன் உன்னிடம்!

நினைவின் வாசம்

இதயத்தில் நிறைந்த உன் நினைவின்

வாசத்திற்கு அடர் அதிகம்

நீ என் அருகில் இல்லையென்றாலும்

உன்னுள் கிறங்கி லயித்து

கிடக்க வைக்கிறது அந்த மயக்கம்!

வசிகாரன்

உன் விழிகளின்

குறுகுறுப்பினால்

என்னை வசியப்படுத்தும்

வசிகாரன் நீ,

உன் கண்கள் பேசும்

மொழியே நேருக்குநேர்

காண முடியமால்

வெட்கப் புன்னகை கொண்டு தலைகுனிகிறேன்....,

உன் கண் பேசும் மொழிக்கு இதழ்களால் கவிதை தீட்டி

உன்னை லயிக்க வைக்க காத்துகிடக்கிறேன்!.....

பேனா மை

இலக்கணம் தெரியாது,

இலக்கியம் தெரியாது இருப்பின்

மையால் தீட்டுகிறேன்

உன் மீது கொண்ட பிரியத்தை....

எப்படி சொல்வேன்!...

என் தீராத தாகம் தணிக்க,

உன் இதழின் தீண்டலே

போதுமென்று, எப்படி உரைப்பேன் உன்னிடத்தில்....

அணைப்பின் வெப்பம்

உன் அன்பு கரங்களுக்குள் இதமாக,

உன் சுவாச சூட்டில் குளிர் காய....

உன் நெஞ்ச துடிப்பு என் காதில் கேட்க..

உன் ஈர முத்தம் என்

நெற்றியில் பதிய....

சுகமும் சோகமும் உன்

அரவணைப்பில் மறக்க!

என் கண்ணீரும் கரைந்து போகும்

உன் இன்றியமையா நெருக்கத்தில்!

என் கண்ணன்

ஆயிரம் பெண்கள் சூழ்ந்து இருக்கும்

ஆயர்பாடி கண்ணாக இரு

ஆனால் நீ எனக்கு மட்டும்

உரித்தானவான் என்பதை

மறந்து வீடாதே!

பைத்தியம்

அதீத காதல் பைத்தியமாக

தான் தோன்றும்

புரிந்துக்கொண்டால் அதன்

சுகம் தனி.

உனக்கு நான், எனக்கு நீ

மழையின் கடைசித்துளி முத்தமாக

எனக்கு நீ வேண்டும்!

குளிர்கால இரவின் போர்வையாக

உனக்கு நான் வேண்டும்!

வெயிலில் உன் பாதம் மேல்

நான் ஏறி நடக்க எனக்கு நீ வேண்டும்!

தூக்கம் இழந்த நிலையில்,

என் மடி சாய்திட

உனக்கு நான் வேண்டும்!

என் தலை கோதிட

எனக்கு நீ வேண்டும்!

உன்னை முத்தம் மழையில் நனைக்க

உனக்கு நான் வேண்டும்!

மூன்றாம் மாதத்தில் சுவைத்திடும் புளியாக

எனக்கு நீ வேண்டும்!

உன்னை குழந்தையாய் கவனிக்க

உனக்கு நான் வேண்டும்!

நிறைமாத வயிறு தள்ளாட

கைபிடித்து நடக்க

எனக்கு நீ வேண்டும்!

கதகதப்பான குளிர்காற்றில் காற்று நுழைய முடியாத

அளவுக்கு உன்னை அணைக்க உனக்கு நான் வேண்டும்.....

தேநீர் சுவையே உன் உதட்டில்

ருசிக்க எனக்கு நீ வேண்டும்...

என் அணைப்பில் வாழ உனக்கு நீ வேண்டும்....

கால முழுவதும் நாம் காதலோடு

நம் வாழ்க்கை பயணிக்க வேண்டும் ....

ஆளை கொல்லும் பார்வை

ரசனையே தூண்டி வெட்கத்தை

மெல்ல மெல்ல தீட்டுகிறது

ரசிக்க ரசிக்க

ரசனை தீரவில்லை

கவி எழுதியும் தீர்ந்த பாடுயில்லை

வில் இல்லாமல் அம்பு ஏய்கிறாய்

என்ன சொக்குபிடி போட்டாயடா,

அந்த பார்வையால் நான் பட்ட பாடு

இருக்கே அப்பபாப்ப.

பாதுகாவலன் *(my army officer)*

ஆண் என்கிற கர்வம் இன்றி

பெண்மையை மதிக்கும்

பாதுகாவலனாக என்னை காக்க வந்த

இராணுவ வீரன் இவன்!

நேரம்

நீ பேசா நிமிடங்களை

கணக்கிட்டு கொள்!

சேர்த்து வைத்து எனக்கு மட்டும்

செலவிட

கர்வம்.....

நீ பாதி நான் பாதி

உனக்கு பாதி எனக்கு பாதி

என்றெல்லாம் இல்லாமல்

மொத்தமாய் என் தீராத காதலிசத்தை

காதலே கர்வம் கொள்ளுமாறு

காதலிக்க வேண்டும் உன்னை.....

கலை

உறக்கம் கொண்ட உறவுக்கு மத்தியில்

விடிய விடிய உன்னோடு

பேசுவது கைவந்த கலை தான் எனக்கு!...

என் கிறுக்கல்

உனக்காக நான் எழுதும்

என் கவிதைகளை நீ வாசிக்கும் போது

உன் விழிகளில் தோன்றும்

கவிதை இருக்கே யப்பா.....

அதை வர்ணிக்க தான்

வார்த்தைகள் வசப்படவில்லை இன்னும்....

காமம் இல்லாத காதல்

காத்திருக்கிறேன் காதலனே

காத்திருந்த காலம் எல்லாம்

கவிதையிலே கரைந்தது...

ஏன் பிறந்தேன்!..உன்னோடு வாழவா.....

உன்னால் தான் வாழ்கிறேன்

அன்பு காதலனே,

உன் உயிராய் நானும்

என் உயிராய் நீயும்

உன் மனதில் என் உயிரையும்

உன் உயிரை என் வயிற்றிலும்

சுமக்க வந்தேன் உனக்காக,

காதல் கடைந்து காமம் வென்று வாழ்வோம்

அன்பு காதலனே.

கண்ணாலும் கற்பழிக்கலாம்

கை படாமலும் காமம் நிகழலாம்

உடல் உரசலால் அல்ல,

உணர்ச்சி உரசலால்......

வெட்கம்

நீ நடத்திய முத்த யுத்தத்தின்

இன்பத்தை என்னிடம் கேட்கிறாய்

நானோ வெட்கத்தை பதிலளிக்கிறேன்!....

என் மாமானே (*MAMA*)

எத்தனை பெயர் வேண்டுமானாலும்

உனக்கு சூட்டி அழகு பார்த்து இருப்பேன்

இருந்தும் ஏனோ,

இந்த ஒற்றை பெயருக்கு ஈடாகாது

"என் மாமானே"

இரவு

விடியாத இரவுகள் என்று

ஏதுமில்லை அதற்கான

காத்திருத்தல் தான் சற்று விசித்திரமானது

சில நேரங்களில் நெருக்கத்தின் சுகத்தையும்

சில நேரங்களில் பிரிவின் ரணத்தையும்...

காத்திருக்கிறேன்

இரவின் இருள் என்னைச்

சுற்றி நிறைந்திருக்க,

உன் புன்னகை வெண்மலராய்

இரவை அலங்கரிக்க,

வானில் பூத்த நட்சத்திரங்களாக

மனகமங்கும் நேசத்தை

வானில் பரந்து விரிக்க,

வாழ்க்கை பாதையில்

அன்பை அள்ளிக்கொடுக்க,

கனவை தோள்

சாயந்து கூற,

கருநீல வானில்

பிறையில்லாத நாளிலும்

என் நெஞ்சில் பௌர்ணமி

நிலவாய் உதிக்கும் உன்னை ரசிக்க,

என் காதலுடன் காத்திருக்கிறேன்...

மாயவன்

தானாக தேடி வந்த மாயவன்

என்னை அன்பால்

மாற்றிய பேரன்புக்காரன்,

பெண்களுக்கு மத்தியில்

கண்ணியம் கொண்டவன்

பைத்தியமாக பாசத்தை கொடுக்கும் பாசக்காரன்!....

நட்புக்கு இலக்கணம் வகுத்தவன்

எல்லையற்ற கோவக்காரன்,

கண்ணால் மயக்கும் விந்தை அறிந்தவன்

குழந்தை சிரிப்பால்

இழுக்கும் புன்னைக்காரன்!.....

என்னையே அறிய வைத்த ஆசான்

கண்ணனின் குறும்புக்காரன்,

வீரம் கொண்ட சிங்க தமிழன்

ஆளைக்கொல்லும் தாடிக்காரன்,

இவனிடத்தில் அன்பு கொண்டு

காலங்கள் கடந்தது இருந்தும்,

துளியேனும் அன்பு குறையவில்லை,

ஏனென்றால் என்னை அன்பால்

வசியம் செய்யும்

வசியக்காரன் இவன்!...

ஆசை

முத்தங்களின் ஆசை

முடிவதேயில்லை

பித்தங்கொண்டேன் உன்னருகில்!

குட்டிமா (*kuttyma*)

ரசிக்க ரசிக்க

ரசனை தீர்ந்தபாடில்லை

இவனிடம்!

உரையாடல்

என் அளவற்ற புன்னகையின்

உச்சக்கட்ட மகிழ்ச்சியே

நம் உரையாடல் தான்!

போதை

யார் யாருக்கோ

எது மீதோ போதை

ஆனால்,

எனக்கு உன் கண் மீது

தான் தெரியாத போதை!

கேள்வி

விடைதெரியாத கேள்வியாய்

என் பிரியம்,

விளக்கமளிக்க

முடியாத உன் மௌனம் எப்போதும் நம் உறவில்.....

ஊடல் முத்தம்!.....

உன்னிடம் சண்டையிட சொல்லி

கொண்டே இருக்கிறது மனம்....

ஏனென்றால்,

ஊடலுக்கு பின் கூடலில்

கிடைக்கும் "முத்தம் " கூட சுகமே

முத்த தண்டனை

உனக்காக எத்தனை நேரம்

வேண்டுமானாலும் காத்திருக்கிறேன்

ஆனால் அதற்கு தண்டனையாக

ஒரு நிமிடத்திற்கு நூறு முத்தம்

வித ஒரு மணி நேரத்திற்கு

6000 முத்தங்கள் கொடுக்க வேண்டும்....

விழி நடனம்

இரு விழிகளின் நடனமே

இரு உடல்களின்

ஊடலாய் இங்கே!

மௌனம்

அன்பால் சொல்லியும் சொல்லாமல்

கவிதை எழுதினேன்,

வா(நே)சிக்கும் உனக்கு வலித்திடுமோ என்றே!....

கவிதை பொழிந்த எனக்கு

வலிக்காமல் கொடுத்து விட்டாய்

என் கவிதையின் பரிசாய்

மௌனத்தை நிரம்பி!.....

காதலனின் காதல்

பார்த்தவுடன் பக்கத்தில் இழுக்கும்

உன் விழிகளின் ஈர்ப்பு...

காதல் கவிதை

ஊட்டும் உன் தேகம்....

என் கூந்தல் வருடும்

உன் மடியின் நேசம்....

என்னை அள்ளி அணைத்து

கொண்ட உன் காதல்....

தைரிய முத்தமிடும்

உன் இதழ்கள்....

என்னையெடுத்து

உன்னில் பூசி

உன்னை முழுதாய்

என்மேல் தெளிக்கும்

நிமிடம் மொத்தமாய்

மிச்சமில்லாமல் கரைகிறேன்

நம் காதலில்....

அறுசுவை

அறுசுவையின் பிறப்பிடமே

உன் நுனி நாக்கு தான்!

கிறுக்கன் (*my kirukka*)

என் கவி கிறுக்கலே

பொறாமை கொள்ளுமாறு

உனதன்பினை விவரிக்க வேண்டும்,

ஏனோ விவரிக்க தான்

வார்த்தைகள் போதவில்லை

என் எழுத்துகளில்

வாழும் "கிறுக்கன்" இவன்!....

வலி

வலிகளை விட கொடுமையானது

நாம் நேசிக்கும் ஒருவரிடம்,

நாம் விரும்பும் போது பேச முடியாமல் போவது தான்....

தாரா

காதல் என்னும் சுகமான வலி

காதலர்களை அடிபாதளத்தில் இருந்தாலும்

கோபுரத்திற்கே

கொண்டு வந்து விடும்,

இவை எல்லாம் பெறாமல் வாழ்க்கை

முடிந்து விடுமோ என

பயம் தழுவும் வேளையில்

இருட்டிற்கு வெளிச்சம் தந்த

அகல் விளக்கு போல

என் வாழ்க்கையே

வெளிச்சமாக மாற்றியே உறவே.....

வீழ்ந்து இருக்கும் போது

எல்லாம் காதல் என்னும்

அன்பால் என்னை சுமந்தாய்,

வாழ்க்கைக்கு வெளிச்ச தந்த

அகல் விளக்கே உன்னோடு

நெடுதூரம் பயணிக்க ஆசை

தாலி என்னும் பொன் ஊஞ்சலில்

நம் பந்தத்தை இணைத்து தாரமாக உன்னோடு வலம்
வருவேன்

என்று எண்ணியதால் தான்

அன்றே எனக்கு "தாரா"

என்று பெயர் சூட்டினாயோ!

வேண்டும்

பெய்யும் மழை போல் அடைமழை வேண்டும்,

என் இதழ்களுக்கு வரம் வேண்டும்,

இதமான சத்தத்தில்

உன் இதழ் முத்தம் வேண்டும்!...

உன் உதடுகளை கொஞ்சம் கொடு,

என் இதழ்கள் கொஞ்சம் உயிர் பிழைக்கட்டும்,

வறன்டு கிடக்கும் என் இதழ்கள்

பூஞ்சோலையாக மலர

இரு இதழ்கள் இணைந்து

இரு இதயம் பிணைந்து காதல் செய்வோம் வா அன்பே!

கவி காதல்....

உன்னையும்,

என் காதலையும்,

அணு அணுவாய்

ரசித்து கண்டபடி

கிறுக்கி கொண்டு இருக்கிறேன்

நான் கவிதையென்று!

மௌன முத்தம்

இதழ்களின் வழியாய்

அன்பை உதிர்த்து

காதலை சொல்லும் தருணத்தில்

சொற்களை தவிர்த்து

"மௌனம்" மட்டுமே

கொண்டிருப்பாய் எனில்

முத்தமிடும் தருணத்தில்

"மௌனம் இனிது"

என் மூச்சுகாற்றே (*my breath*)

பெருங்கடலாய் என்னை

ஆர்பரித்தி கொண்டு

மீளவே முடியாமல்

உனக்குள் தஞ்சம் புகவே

என் மூச்சுகாற்று அலைகிறது!

நினைவு

இதயத்தின் துடிப்பில்

மனமோ ஏங்க

கண்களோ தவிக்க

கைகளால் என்னை கட்டி தழுவி

நெற்றியில் "முதல் முத்தம்" பதித்து

எண்ணற்ற முத்த மழையை

பொழிந்த நினைவும் இனிக்கிறது

உன்னை நினைக்கும் போது.

துயில்

என்னவன் பாதத்தின்

விரல்களில் நெட்டிகள் எடுத்து,

தலைகோதி என் மடியில் குழந்தையாய்

துயில்கொள்ளும் அழகை

கண் இமைகாமல் ரசிக்கிறேன்.......

மூலிகை முத்தம்

பெண்மையே மலர செய்யும்

உன் மெல்லிதழ் முத்தங்கள்,

என் உயிரை காக்கும்

சீரஞ்சவி மூலிகையடா!

என் காதல் ராட்சஷனே....

வித்தை

என் இதழ் கொண்டு உன்

இதழில் இசைக்கிறேன்,

இதற்கு வீணையொன்றும் தேவையில்லை....

நம் காதல் வித்தைகள் போதும்!

பானம்

எல்லாருக்கும் சோம பானத்தை

பருகினால் தான் போதை,

ஆனால் எனக்கோ

உன் சொக்க வைக்கும்

விழியைப் பார்த்தாலே

தீராத காதல் போதை

தலைகேறுகிறது!

Teddy bear

என் இதழ் விரும்பும்

பஞ்சு மெத்தையோ,

உன் காரிருளை கடைந்தே எடுத்த கருப்புநிற
முட்டுற்களையே.

இந்த பாவையின்

தவங்கள் எல்லாம்

வன்முறை யுத்தமாகினும்

உன் அன்பின் அணைப்பில்

வாழ்வது தான்......

ரெட்டிப்பு

வலது புற மார்போடு

நீ சாய்ந்து போது,

என் இதய துடிப்பு ரெட்டிப்பு ஆகிறது...

போதாது

வசியமிகு உன்

ஒற்றை பார்வைக்கு

செவ்விதழ் உதட்டின்

புன்னகைக்கு

முந்நூறு கோடி

முத்தங்கள் கொடுத்தாலும்

போதாது என் அன்பே!

மொழி

இப்போதெல்லாம் நாம் அதிகமாக

பேசிக்கொள்வது மொழிகளற்ற

மௌனத்தில் தான்....

இப்போதெல்லாம் நாம் அதிகமாக

பேசிக்கொள்வது மொழிகளற்ற

நீண்ட நாள் ஆசை

குழந்தையாய்

உறக்கம் கொண்டு,

துயில் களைந்து

நீ சோம்பல்முறிக்கும் வேளையில்,

உனக்கு முத்தமிட்ட அழகு பார்க்க

ஆசைக்கொள்கிறேன்.....

தனிமை உறக்கம்!....

அருகிலும்,தொலைவிலும்,

கனவிலும், நினைவிலும்

இப்படி இரவு பகலாய் மாறி மாறி

உன்னையே நித்தம் நினைத்து

உன் அன்போடு தனியாக

தினமும் உறங்கிறேன் இருந்தும்,

உன் நெஞ்சில் சாய்ந்து

ஒருமுறையேனும் இளைபாரிக்கொள்ள

மனமும் ஏங்கி தவிக்கிறது அன்பே!

காதல் கைதியின் ஆசை

வழியெங்கும் தடுக்கி விழவைக்க

பல கற்கள் காத்துக்கிடக்க,

ஏமாற்றதால் வெறுத்து

போன உறவுகள் சூழ்ந்துக்கிடக்க,

எதிர்பாரத தென்றலாக வந்து

இந்த பாலைவனத்தில் பூஞ்சோலையாக மாற்றி,

அன்பால் கட்டி தழுவும்

மேகம் ஆனாய் நீ!

கேட்குமுன் புரிந்துக்கொள்ளும்

வித்தை அறிந்தும்

தெரியாது என்று

நடிப்பதிலும் வல்லவன் நீ,

உன் ஒற்றை பார்வைக்கு

ஓராயிரம் கவிதைகள்

வடித்தாலும் தகுமா?

வழிநடத்திச் செல்ல வந்தயோ

தவிர என்னை ஒருபோதும்

அடக்கி ஆள வந்தவன்

அல்ல நீ!

வரிகள் போதுமா உன்னையும்

உன் அன்பையும் வர்ணிக்க,

எத்தனை யுகங்கள் எடுத்தாலும்

உன்னிடம் பட்ட காதல் கடன் தீருமா?

இப்படியும் ஒரு அன்பா

என வியந்தேன் உன்னை கண்டு,

இத்தனை காலம் எங்கே இருந்தாய்?

வலியும் வேதனையும் என் வாழ்வில்

இனி இல்லை என்பதற்காக தான்

இந்த கண்ணாமூச்சி ஆட்டமா!....

தோல்விகளில் சற்று வலி

இருக்கும் என்பார்கள்,

ஆனால் இந்த ஆட்டத்தின்

தோல்வி உன்னை பரிசாக

கொடுத்தது எனக்கு,

இனி தெரியாமல் கூட

தொலைக்க மாட்டேன்

கையை மட்டுமல்ல

என் இதயத்தையும் உன்னிடம் கொடுத்து கைதி
ஆகிவிட்டேன்!...

மருத்துவன் *(my doctor)*

ஆயிரம் கவலைகள் சூழ்ந்த

வேளையில் இவனின்

ஒற்றை பேச்சு என்னை தேற்றும்

மருந்தாய் இருக்கும்,

அத்தகைய வித்தை கொண்ட

மருத்துவன் இவன்!

பொய் கோவம்

கோபம் இல்லாமல் கோபம் கொள்கிறேன்

உன்னிடத்தில், உன் அன்பால் சமாதானம் செய்வாய்

என்றே வேண்டிக்கொண்டே தான்

வேண்டும் என்றே கோபம் கொள்கிறேன்..

முரண்பாடு

என்ன ஒரு அழகிய முரண்பாடு;

பிரிந்திருக்கும் வேளையில்

நினைத்துக் கொண்டேயிருப்பதும்,

சேர்ந்த தருணத்தில்

தங்களை மறப்பது

இந்த அழகிய காதலில்

மட்டும் தான்!.....

தொலைந்து போக விருப்பம்

ஏக்கத்தில் மெலிய வைக்கிறாய்,

சொல்லாத இலக்கணத்தை

எல்லாம் கவிதையாக

சொல்ல தான் முயல்கிறேன்...

உன் புன்னகை உதட்டின்

இதழ்களின் பைந்தமிழ்

அழகை ரசித்தப்படி,

உன்னிலே மொத்தமாக

தொலைந்து போக

தான் காத்திருக்கிறேன் ......

உஷ்ணம்

உறை பனியாய்

உறைந்த நான்,

ஆதவன் உஷ்ணத்தை விட

காதல் ஹார்மோன்

உஷ்ணத்தின் வெப்பதால்

என் மாமனின் சுவாசக் காற்று

என் மீது படர,

அவன் மார்பில் தலைச்சாய்த்து

இதய துடிப்பு தாலாட்ட

துயில் கொண்டேன் நான்!....

யுத்தம்

உதடுகள் வேண்டாமென சொல்ல

கண்கள் வேண்டுமென கெஞ்ச

பயமும், பதற்றமும் தொற்றிக் கொண்ட

அந்த ஏகாந்தவேளையில்

நிகழ்த்தி கொண்டு இருந்தது

நம் நான்கு இதழ்களும்

முதல் "முத்த யுத்தத்தை"

எப்படி விழ்ந்தேன்

முல்லை கொடியாய்

படரும் உன் புன்னகையில்

எப்படியடா படர்ந்தேன் நான்!...

கருத்த உன் மீசையில்

எப்படியடா விழுந்தேன் நான்!...

உன் அழகிய விழி

அம்பில் எப்படியடா

விழுந்தேன் நான்!....

வைரமாய் ஜொலிக்கும்

உன்னிடம் எப்படியடா

களவு போனேன் நான்!...

கருப்பு மயில் இறகாய் வருடும் தாடிக்குள்

எப்படியடா ஒளிந்தேன் நான்!...

எல்லை கோடு வகுத்த நான்

எப்படியடா உன்னில் வீழ்ந்தேன்!....

மயக்கும் சொக்கு பொடி

ஏதோ ,போட்டு தொலைத்தாயோ;

என்னில் மறந்து உன்னில் உறைந்து

சாக வேண்டுமடா

என் காதல் ராட்சஷா!......

299

நம்முள் வார்த்தை குறைந்து

விழிகள் நான்கிலும்

புது மொழி பிறக்க

விரல்கள் அம்மொழியே அழகாக பேச

இதயம் தாளம் போட்டு அம்மொழிப்பாடத்தை ரசிக்க

உன் கண்ணில் புதைந்து போகும் அளவிற்கு

நம்_உதட்டால்_காதல்_கொண்டு

உறைந்து_போக_வேண்டும்_நம்_காதலில்!....

இதழ் முத்தம்

சில நிமிட அணைப்புகள்

பல்லாயிரம் ஜென்மங்கள்

வாழ்ந்தாய் உணர்ந்தேன்;

அவன் அன்பின் ஈரமுத்தங்கள்

எனக்கான உலகையின் விடியலை தந்து

என்னை காப்பது

என் ராட்சஷியின்

இதழ் முத்தம்

மட்டுமே.....

அரங்கேற்றம்

பேச்சுமும் குறைய,

நெருக்கமும் அதிகமானது நம்முள்!....

என் இடைப்பற்றி முத்ததில் வீழ்த்த நானோ,

உன்னில் தஞ்சம் புகுந்தேன்...

உன் விரலோ என்னில் கவிதை படைக்க,

என் இதழோ உன் நெஞ்சுகுழியில் முத்தம் பதித்தது!....

உன் கை அதர்வுக்கு என் அங்கமும்

இசையில் கலந்து உருகியது...

குளிருக்கு போர்வையாய் நம்

தேகம் மோதி கொள்ள,

நக கீறல்களும் உடலில்

நம் ஊடலின் அடையாளமாய்!....

நாணத்தில் என்னையும் நனைத்தாய் நீ...

தெவிட்ட தெவிட்ட திகட்ட சுவையோ

இது என மனமும் வியக்க,

காதல் காமத்தில் திழைக்க

நீயும் நானும் ஒன்றாகி

உறைந்த நிமிடங்களை நினைக்கும் போது எல்லாம்

சற்றும் போதை தலைகேறுகிறது

என் காதல் ராட்சஷனே!.......

எனக்குள் நீயும்

உனக்குள் நானும்

உறைந்திருந்த பொழுதுகள் அவை....

ஒருவரில் ஒருவர் ஆழ புதைந்து

நமக்குள் நாமே நிறைந்திருந்த பொழுதுகளை

எப்படியடா மறக்க முடியும்

யுகங்கள் கடந்தும் அழியாத நினைவுகள் அது....

பகல் கனவு

மெத்தையின் மீது நீ சாய்ந்திருக்க,

உன் மார்பின் மீது நான் சாய்ந்து,

மார்பின் முடியில் விளையாடி கொண்டே

இதழ் பதித்து முத்தமிட,

உன் உடலோடு என்னை அணைத்து,

வேர்வை எல்லாம் நீருற்றாக மாற என்னை உன் கைக்குள்
அணைத்து,

நம் காதலில் திழைக்க வைத்தாய்!

நான் கண்விழித்து உன்னை பார்க்கையில்?

போடா கனவும் கலைத்தது!

கனவிலும் என்னை அணு அணுவாய் கொல்கிறாய்

என் காதல் ராட்சஷனே!

பகிர்வு

அறை சூழ்ந்த இருட்டில்,

குளிரின் கதகதப்பில் என் படுக்கையே

பகிர்ந்து கொல்கிறாயடா, உன் நினைவால்

என்னை உறங்கவிடாமல்!

அணைப்பு

கட்டிணைத்தது என்னவோ

ஒருமுறை தான் ஆனால்

நீ விட்டுசென்றும்

உன் வாசம் என் மேனியெங்கும்

பரவி கிடக்கிறது

கவி மாலை

வார்த்தைகளை தொடுத்து

கவிதை என்னும் மாலை அணிவித்தேன்

ஏனோ உன் அழகுக்கு இணையாகவில்லை

இந்த கவி மாலை கூட

சக்காளத்தி

கருகருத்த அடர்ந்த முட்புதரான

அந்த மயிலிறகையை முத்தமிட

நான் என்னவனை

தீண்டும் முன்பே ,

என்னை முள்ளாய் குத்திகிறாள்

என் சக்காளத்தி (தாடி)!....

கண்ணீர்

சந்திப்பின் அன்பையும்

பிரிவின் ஏக்கத்தையும்

என்னையும் மீறி வெளிபடுத்தி

விடுகிறது "என் கண்ணீர்"

விதி

உன்னோடு இருக்கும் தருணத்தை

கலைக்க தான்

இடையூறுகளை ஏற்படுத்தி

நம்மோடு விளையாடி கொண்டு இருக்கிறது

இந்த காலச்சக்கரம்!

அழகன்

வேட்டி நுனியே கையில் பிடித்து அடங்காத காளையாய்
நிற்க்கும்

உன் சட்டையே இறுக

பிடித்து இழுத்தணைத்து,

உன் வாசத்தில் என்

சுவாசம் வசமிழந்து

உன் வேட்டி சட்டையில்

என் சுவாசம் பரவ,

உன் மேனியின் வேர்வை வாசம்

என் நாசியே விட்டு விலகாமல் உன்னில் புதையும்
அளவிற்கு

என் சித்தமும் கலங்குமாறு

இதழ் முத்தமொன்று

கொடுத்து விட்டு போடா

என் அழகிய

அசுரனே!...

கட்டில் கவி

நானோ பேனா மையை

கொண்டு வெள்ளை

காகிதத்தில் கவிதை

எழுதுகிறேன்

ஆனால்,

நீயோ உன் இதழால்

என் மேனியெங்கும்

கவிதை வடிக்கிறாய்

பஞ்சு மெத்தையில்.

பட்டியல்

என் ஆசையை பட்டியல்

இடு என்கிறாய்,

என் ஆசையின் மொத்த உருவம் ஆன

உன்னை எப்படி பட்டியல் இடுவேன்....

காதலின் வெளிப்பாடு

என் காதோரத்தில்

உன் மூச்சுக்காற்றின் வெப்ப சீண்ட,

உன் இதழால் தீண்டிய நிமிடமே உறைந்தேன் நான்!......

ஆசைகளும் போராசையாக மாறியது உன் அருகில்,

இரு இதயமும் படபடக் உன் மார்பில் தலைச்சாய்ந்து
நிமிடத்தில்

நெற்றிவகிட்டில் நீ முத்தமிட்ட தருணம் மெய்மறந்தேன்!.....

பயமும் பதட்டமும் கண்ணில் தோன்ற

காதலால் சுற்றத்தை மறந்தோம்.....

இதழ்கள் சேர்ந்து

உருவாக்கிய ஈர முத்ததலால்,

உன் விரல் தீண்டலில் உடல் வெப்பத்தில்

விழிகள் சொக்கி நின்றேன்!....

உன் கொஞ்சலை ரசித்தேன்,

நீ கொடுக்கும் முத்தத்தை விட

நான் திருடும் முத்தத்தை விரும்பியது ஏனோ உள்ளம்!

தேகங்கள் கட்டிக் கொண்டு கட்டில் மேல்

நம் காதல் யுத்தம் அரங்கேற்றம்,

அறையின் நிசப்த்தில் காதல் மொழியின் சத்தோடு

மேனி முழுவதும் இதழ்களில் வித்தை நடத்தியே

என் செல்ல ராட்சஷக்காரன் நீ!....

இதயமும் துடிக்க,

நம் காதலும் காமத்தில் வெடிக்க.....

முத்த மழையை இருயிர் பொழிய,

இரு இதயமும் உருகி வழிந்தோடியது.....

உன் கவிதையோடு காதல் விளையாட்டும் தொடர,

உன் நெஞ்சில் என் இதழ் முத்ததால் தீண்டிய நிமிடம்,

வேகத்தின் உச்சத்திற்கே சென்றது உன் இதயமும்.......

என் பெண்மையின் நாணமும்

தோற்றுப் போனது உன்னிடத்தில்....

காதல் மொழியும் சப்தமின்றி பரிமாறியது நாவிதழும்

உன் விரல் தீண்டலில் உடலே வெப்பமாய் மாற

உன் அணைப்பே குளியூட்டியது,

சண்டையின் சமாதானமும் கட்டில் கயிறையாய் மாறியது....

அள்ளி அணைத்து முத்ததால் இன்னும்

என்னை அழகுபடுத்தினாய் நீ....

உன் உதட்டின் புன்னகைகே ஓராயிரம் முத்தங்கள் போதாது,

குழந்தையாய் உன் நெஞ்சகூட்டில் உறங்கவே

பல இரவு தவம் இருந்தேன் நான்...

தலைகோதி என் இதழ் பதித்து

நீ துயில் கொள்ளும் அழகை காண

எதுவும் செய்ய தூண்டும் உள்ளம்.....

நம் காதலின் வெளிபாட்டை சொல்லியும்,

சொல்லாமல்

உன்னுள் நானும் என்னுள் நீயும்

தொலைந்த போன தருணத்தை கூற

ஒரு யுகமும் போதாது.

யோசனை

பார்த்த உடன் யோசிக்காமல் நேசித்தேன்,

இன்றோ யோசிக்கிறேன்

ஏன் நேசித்தேன் என்று அல்ல;

இன்னும் அதிகமாக உன்னை எப்படி நேசிப்பது என்று
நித்தம் நித்தம் யோசித்து கரைகிறேன்......

துழப்பு

வலது புற மார்போடு

நீ சாய்ந்து போது,

என் இதய துடிப்பு ரெட்டிப்பு ஆகிறது....

நேரம்

நேரங்களையும் சபித்துக் கொள்கிறேன்

என்னவனோடு இருக்கும் தருணங்களில்

ஏன் இத்தனை அவசரமாக

கரைகிறாய் என்றே!...

தத்தளிக்கிறேன்

மனம் முழுவதையும் மௌனத்தால்

நிரம்பிக்கொண்டாய் நீ,

நானோ புரியாமல் தத்தளிக்கிறேன்

உன் பிரியத்தில்..

என் சுவாசக்காற்றே

மொழியே பறித்து மௌனம்

கொடுக்கும் காற்றே

நீ வரும் திசை நோக்கி தவம் கிடக்கிறது எந்தன் இதயமும்.

விடியல்

விடியும் வானத்தை புரட்டி போட

கூட மனம் தயார்,

உன்னோடு இருக்கும் கனவை

விடியல் கலைக்கும் என்றால்!

தோன்றவில்லை

ஆயிரம் ஆயிரம் வார்த்தைகளை கொண்டு

கவிதை எழுதுகிறேன் நான்...

இருந்தும் உன்னை நேரில்

பார்க்கும் போது பேச

ஒரு வார்த்தை கூட இல்லை என்னிடம்!....

எழுத தெரிந்த அளவு

பேச்சும் எழவில்லை!

எந்தன் உறவே

கரு கருத்த தாடிக்காரன்

குறும்பு மீசைக்காரன்

புன்னகை தழுவும் உதட்டுகாரன்

இதழ் அடுக்கில் என்னை

ஆளுமை செய்தவன்,

சிரிப்பால் என்னை சிறைபிடித்தவன்

பார்த்து,பார்த்து என்னையே

தொலைய வைத்தவன்

காந்தவிழியால் என்னை கவர்ந்தவன்

குறும்புகளால் என்னை

ரசிக்க வைத்தவன்,

சிரிப்பால் என்னை

சிறைபிடித்தவன்....

அன்பை ஆழ் மனதில் புதைத்தவன்...

கவிதையால் வர்ணிக்க ஆசைக்கொள்பவன்

என்னை விட என்னை

அதிகமாய் காதலிப்பவன், மாயவிரல் இடையில்

என்னை சிறைபிடித்தவன்

தென்றலாய் என்னை

கட்டி தழுவியவன்.....

கள்வனாய் அழிசாட்டியம் செய்பவன்

குழந்தை மனதால் ஆட்கொள்பவன்,

மர்மங்களால் கலவரமிட்டு

என்னை கொய்தவன்.... சிறு இதழ்களால் என்னை

முத்தமிட்டு நெருப்பாய் சீண்டி சீண்டி

அணு அணுவாய் காதலிக்கும்

இம்சைகாரனான உனக்காக காத்திருக்கிறேன்.....

காதலி

விரல்களால் அல்ல வார்த்தைகளாக

வாரி அணைக்க தவமாய் காத்து கிடக்கும்

கவிதையின் காதலி நான்.....

அழகு

புரிதல் உள்ள உறவில்

மௌனமும்

அழகு தான்.....

தொடர் புள்ளி

உன் மீது கொண்ட அன்பை முழுவதும்

சொல்லி முடிக்க முடியாமல்,

தொடர் புள்ளியாகவே மாறிகிறது

என் கிறுக்கல்

வரிகளில்....

மொழிபெயர்ப்பு

மனதோடு நெருக்கமாக வருகின்ற

உன் மௌனங்களை மட்டும்

புரியாத பிரியம் என்று

மொழிபெயர்கிறேன்

நான் கவிதையாக!.....

தூரம்

உள்ளத்தில் இருப்பதை அறியாமல்

உதடுகள் சொல்வதை மட்டும் நம்பி,

புரியாத புதிராக

தூரத்தில் இருக்கும்

உன்னையே எண்ணி எண்ணி நிமிடங்களும்

கரைகிறது!......

அன்பின் உச்சம்

பேசிவிட்டு போகும் போது

நீ   பார்பாய் என நானும்,

நான் பார்ப்பேன் என நீயும்

திருப்புவதே நம் அன்பின் உச்சம்....

காத்திருப்பு

தென்றலோடு பேச தொடங்கி, கனவுகளுடன் கைகோர்த்து,

இனபுரியாத உணர்வால்

உதட்டில் குழந்தை

சிரிப்பும் குடிக்கொண்டது

உனக்கான காத்திருப்பு

நீளும் போதும்.

உன்னிடம்

ஆறுதலாய் ஒரு வார்த்தை

மௌனமாய்

ஒரு அன்பு

அழகான நினைவுகள்

இது போதும் உன்னிடம் இருந்து

எனக்கு.

தாய்மை

முத்தங்கள்

தாய்மையில் பிறக்கிறது......

அது,

பிரியங்களை சொல்லும்

தாய்மை மொழி!

தொலைந்து போகிறேன்

சத்தமின்றி யுத்தம் செய்து

என்னை உன் காந்த

விழிகளுக்குள் காளவாடிகிறாய்

என தெரிந்தும் உன்னில்

கலந்து போக தான் ஆசைக்கொள்கிறேன்....

சுவை

உதட்டின் தேன் சுவை

அறிய பரிதவித்து

கிடக்கிறது மனம்!....

பொம்மகுட்டி *(Bommakkutty)*

உன்னை பொம்மையாய்

இறுகி அணைத்து

தினமும் உறங்க வேண்டும்!

காதலிக்கிறேன்!

முறுக்கு மீசையும்,

முள்ளாய் குத்தும் கருப்பு தாடிக்குள் மறைந்து இருக்கும்

உதட்டின் புன்னகையும்

கண்டு வெட்கத்தில்

சிலிர்த்து

உள்ளத்தில் புதைந்து

இதயத்தில் கரைந்து

நித்தம் நித்தம் உருகியபடி

என் கண்களால்

உன்னை சிறைபிடித்து

அணு அணுவாய்

உன்னையே ரசித்தப்படி வாழ்கிறேன்

என் தனிமை

என்னும் உலகில்......

வசிக்கிறாய்

என் கவிதையே பலரும்

வாசிக்கலாம் ஆனால் ,

அதில் வசிப்பதோ என்னவோ

நீ மட்டும் தான்.

உனது காதலை

சொல்லியும் தொலைத்து விடாதே

என் மீதான

உன் காதலை!

உன்னோடு வாழும் தருணங்களில்

ஒவ்வொன்றாக

தெரிந்துக்கொள்கிறேன்

உன் காதலை!